அம்மாவை மனைப்பாம்பு பார்த்துக்கொண்டிருந்தது

கதிர்பாரதி

நாதன்
ப தி ப் ப க ம்

நாதன்
ப தி ப் ப க ம்

அம்மாவை மனைப்பாம்பு பார்த்துக்கொண்டிருந்தது - கவிதைத் தொகுப்பு | ஆசிரியர்: கதிர்பாரதி | உரிமை: சாந்திபெல்சன்© | முதல் பதிப்பு: டிசம்பர், 2024 | பக்கங்கள்: 76 | வெளியீடு: நாதன் பதிப்பகம், 16/10 பாஸ்கர் தெரு, நேரு நகர், தசரதபுரம், சாலிகிராமம், சென்னை 600 093 | தொடர்புக்கு: 98840 60274 | அட்டை வடிவமைப்பு: ஓவியர் மணிவண்ணன் | நூல் வடிவமைப்பு: ஆர்.பிரகாஷ் | பின் அட்டை புகைப்படம்: அய்யப்பமாதவன் | E-mail: nathanbooks03@gmail.com |

விலை: ரூ. 100 www.nathanbooks.com

ISBN: 978-81-981494-8-0

கதிர்பாரதி *(1983)*

இயற்பெயர் ஆ.செங்கதிர்ச்செல்வன். பிறந்த ஊர், தஞ்சாவூர் மாவட்டம் — முத்துவீரக்கண்டியன்பட்டி. வசிப்பது சென்னையில்.

'கல்கி', 'ஆனந்த விகடன்' ஆகிய வார இதழ்களில் தலைமை உதவி ஆசிரியர், 'விகடன் தடம்' இலக்கிய மாத இதழில் ஆசிரியர்க் குழு உறுப்பினர், 'விகடன் பிரசுரம்' நிறுவனத்தில் உதவி ஆசிரியர் எனப் பத்திரிகைத் துறையில் 10 ஆண்டுகளுக்கு மேல் பணிபுரிந்தவர். தற்போது 'கலர்ஸ் தமிழ் தொலைக்காட்சி'யில் நிகழ்ச்சித் தயாரிப்பு மேற்பார்வையாளராகப் பணிபுரியும் இவர், 'இன்சொல் பதிப்பக'த்தின் நிர்வாக அதிகாரியும்கூட...

கவிதைத் தொகுப்புகள்:

- மெசியாவுக்கு மூன்று மச்சங்கள் *(2012)*
- ஆனந்தியின் பொருட்டு தாழப் பறக்கும் தட்டான்கள் *(2016)*
- உயர்திணைப் பறவை *(2020)*
- அம்மாவை மனைப்பாம்பு பார்த்துக்கொண்டிருந்தது *(2024)*

விருதுகள்:

- சாகித்ய அகாடமி யுவபுரஸ்கார் விருது *(2013)*
- தமிழ்நாடு கலை இலக்கியப் பெருமன்றம் விருது *(2013)*

- ஜெயந்தன் படைப்பிலக்கிய விருது *(2013)*
- களம்புதிது கவிதை விருது *(2014)*
- கனடா தமிழ் இலக்கியத் தோட்டம் கவிதை விருது *(2014)*
- உயிர்மை — சுஜாதா கவிதை விருது *(2016)*
- வாசகசாலை கவிதை விருது *(2016)*
- தமிழ்நாடு அரசு — தமிழ் வளர்ச்சித் துறை விருது *(2020)*
- எழுச்சித் தமிழர் கலை இலக்கிய விருது *(2020)*
- டாக்டர் தாமோதரன் இலக்கியப் பரிசு *(2020)*
- படைப்புக் குழுமம் கவிதை விருது *(2020)*
- சௌமா இலக்கிய விருது *(2021)*

காணிக்கை

என் அம்மா
ஆ. நேவிஸ்மேரிக்கு

நன்றி

*வண்ணதாசன் / கரிகாலன் / வசந்தபாலன்
அஜயன் பாலா / அசதா / என்.ஸ்ரீராம்
கண்டராதித்தன் / மனோ மோகன்
கே.சி.செந்தில்குமார் / வேல்கண்ணன்
ஹரிகிருஷ்ணன் சங்கரன் / க.விக்னேஸ்வரன்
பூவிதழ் உமேஷ் / குணசேகர்
தூய சூசையப்பர் தேவாலயம்*

அம்மா என்பது வினைச் செடி

அம்மாவையும் அந்தியையும் என்னால் எப்போதும் பிரித்தறியவே முடியாது. அம்மாவை, 'இவள்தான் நம் அம்மா' என முதன்முதலில் எனது முன்பால்யப் புத்தி உற்றறிந்துகொண்டது ஓர் அந்திப் பொழுதில்தான். அப்போது அவள் கார்கால வரப்பில் நடந்து வந்துகொண்டிருந்தாள். அது வாழும் ஒரு நினைவாக எப்போதும் எனக்குள் இருக்கிறது. அம்மாவை விட்டு முந்நூறு மைல் தாண்டி சென்னைப் பெருநகர நிலத்தில் வதியும் எனக்கு, அவள் ஞாபகங்கள் மேலெழுந்துவிட்டால் தாகித்த உடலோடும், இனம்புரியாத வெக்கையோடும் மொட்டைமாடி

அந்தி முன்பு அமர்ந்துவிடுவேன். அப்போது ஏதோ ஒன்று எனக்குள் ஆற ஆரம்பிக்கும். என்னவென்று தெரியாத ஒன்று ஆவியாகி அடங்கும்.

அம்மாவை நினைக்கையில் எல்லாம் நடவு வயலோடும், துவரை — கடலை — எள் — விதைக்கும் மானாவாரிக் கொல்லையோடும், ஆடுகளுக்கு முருங்கைக் கிளை ஆய்ந்துபோடும் தோட்டத்தோடும், பஞ்சாரம் நீக்கி கோழிகளுக்கு இரையாகக் குருணைத் தானியம் விசிறும் செயலோடும் இணைத்தே நினைவு எழும்புகிறது. உழைத்துக்கொண்டே இருக்கிற ஓர் உயிர்ச் சித்திரமாக, அம்மா எனது உள்ளத்துக்குள் வெந்தய நிறத்தில் அப்பிக் கிடக்கிறாள். எங்களைப் பெற்றெடுத்ததுகூட அவளின் ஓர் உழைப்புச் செயல்பாடாகத்தான் இருக்குமோ என்ற எண்ண மயக்கம் எனக்கு உண்டு. அவள் மனசு, உடம்பு, வார்த்தை, செயல் எல்லாவற்றிலும் ஒரு பிரவாகம் சுழித்தோடியபடியே இருக்கும். எதிர்நிற்கும் எதையும் அடித்து வீழ்த்தாட்டிவிடும் பிரவாகம் அது.

‘இவையெல்லாம் என்ன?’ என்று புரியாத சில உணர்வுகள் எனக்குள் உண்டு... பயணத்தில் நகரும் நிலத்தின் கண்களாகத் திறந்துகிடக்கும் நீர்நிலைகள், காற்றடிக்காத பொழுதில் உறைந்து நிற்கும் வயதேறிய மரம், யாரும் புழங்கத் தயங்கும் உருமநேரப் பொழுது, எதிர்பாராத கணத்தில் தோல்மினுங்க பாதையின் குறுக்குவாட்டில் கடக்கும் நச்சரவம்... இவற்றை எல்லாம் அம்மாவோடு இணைத்துக்கொண்டு தவுதாயப்படுவேன். அந்த

நேரத்தில் அம்மாவுக்குத் தொலைப்பேசுவேன். எனினும், ஒருமுறை சொல்லாமல்கொள்ளாமல் ஊரில் இறங்கி, அம்மாவோடு இருந்துவிட்டு வந்தேன். அப்போது விதையாக 'ஒரு கணம்' மனத்தில் விழுந்தது. அதுதான் 'அம்மாவை மனைப்பாம்பு பார்த்துக்கொண்டிருந்தது' என்கிற எனது நான்காவது கவிதைத் தொகுப்புக்கான தோற்றுவாய்.

இந்தக் கவிதைகள் தொகுப்பாக உருவாக முதல் உந்துதல் சொல் தந்தவர் கவிஞர் — எழுத்தாளர் பூவிதழ் உமேஷ். எனது மூன்றாவது கவிதைத் தொகுப்பு 'உயர்திணைப் பறவை' புத்தகத்தில் 'அம்மாவை மனைப்பாம்பு பார்த்துக்கொண்டிருந்தது' என்ற தலைப்பில் 30 கவிதைகள் உண்டு. அவை 'கனலி' (14—டிசம்பர் 2019) மின்னிதழில் வெளியாகிப் பரவலான வாசகக் கவனத்தை ஈர்த்தவை. 'இந்தக் கவிதைகளை ஆங்கிலத்தில் மொழிபெயர்க்க 'கனலி' முயலும்' என அதன் ஆசிரியர் க.விக்னேஸ்வரன் ஒருமுறை சொன்னார். ஆனால், அது நடக்கவில்லை என்பதை ஒரு நினைவாக மட்டும் நினைத்துப் பார்க்கிறேன். அப்போதிருந்தே, 'அம்மா குறித்த கவிதைகள் இன்னும் கொஞ்சம் எழுதி, தனித் தொகுப்பாகக் கொண்டுவாருங்கள்' எனச் சொல்லிக்கொண்டே இருந்தார் பூவிதழ் உமேஷ். நான்தான் அவரது சொற்களுக்கு என் காதுகளைப் பாராமுகமாய் வைத்திருந்தேன். ஒருகட்டத்தில் அவரது சொற்கள் வென்றுவிட்டன.

அம்மாவை எழுதுவது என்பது மனைவியோடு தனிக்குடித்தனம் வந்துவிட்ட ஒரு மகன்,

மீண்டும் அம்மாவுக்கு மகனாக அதிக சதவிகிதம் வாழ்வதற்கு இணையான ஓர் உணர்வு. இந்தக் கவிதைகளை எழுதும்போது அதை உணர்ந்தேன். மேலும், அம்மா என்பது உறவுச் சொல் மட்டும் அல்ல. அது ஓர் இயற்கைச் சொல்; போலவே, அது அசைச் சொல். நம்மை அசைத்துப்பார்க்கும் சொல்லும்கூட. அதனால்தான் அது தருகிற குளுமையும் நச்சரிப்பும் அண்மையும் அருகாமையும் தாக்கமும் எந்த உறவையும்விட அதிகம். இவை அனைத்தும் என் அம்மா பற்றின கவிதைகள் மட்டும் அல்ல. நான் பார்த்த, கேட்ட, படித்த, பழகிய கூட்டு அம்மாக்கள் பற்றியவை.

ஒரு 100 கவிதைகள் எழுத வேண்டும் என்றுதான் நினைத்திருந்தேன். அப்படி எழுதுவதற்கு, மூத்த மகனான எனக்கு அம்மா என்கிற உறவு தருகிற அழுத்தமும் ஆனந்தமும் விகசிப்பும் நெருக்கமும் அதிகம்தான். ஆனால், இதற்கு மேல் எழுதினால் ரொம்பவும் தனிப்பட்ட அனுபவமாகிவிடும். எனவே, 60 கவிதைகளோடு நிறுத்திக்கொண்டேன்.

இந்தக் கவிதைகள் தொகுப்பில் வந்தபோதும், தனியாக 'கனலி' மின்னிதழிலில் வெளியானபோதும் கவனப்படுத்தி முகநூலில் எழுதியிருந்தார் எழுத்தாளர் வண்ணதாசன். அதன் மூலம் அவரது வாசகர் கவனத்துக்கும் நான் சென்றேன். முகநூலில், எனது இணையப் பக்கத்தில் இந்தக் கவிதைகளைத் திரும்பத் திரும்பப் பகிர்ந்தபோதெல்லாம் ஒரு கடப்பாடுபோல அவர் கூடவே வந்தார். அது எனக்கு அதிக உற்சாகம் தந்தது.

இந்தத் தொகுப்புக்குப் பின்னட்டை வாசகம் எழுதியிருப்பவர் அண்ணன் — எழுத்தாளர்

கரிகாலன். அவர் தமது தகுதியான சொற்களால் எனை மிகுதியாக அன்பு செய்திருக்கிறார். அவருக்கு என் நன்றி. எனது கவிதைகளை விருப்பத்தோடு படித்தும் எழுதியும் பகிர்ந்துவரும் நண்பர், எழுத்தாளர் — இயக்குநர் அஜயன் பாலா. அவரது நாதன் பதிப்பகம் மூலம் இந்தத் தொகுப்பு வெளிவருவது எனக்கு மகிழ்ச்சி. எனது எல்லா புத்தகங்களும் அட்டைப்பட வடிவமைப்புக்கும் சேர்த்துப் பேசப்பட்டவை. அதற்குக் காரணம், அண்ணன் — ஓவியர் மணிவண்ணன். இந்தப் புத்தகத்தையும் அவர்தான் அட்டையழகு செய்திருக்கிறார். நூலினை உள்ளழகு செய்தவர் நண்பர் ஆர்.பிரகாஷ். இவருக்கும் அன்பு. உங்கள் அனைவருக்கும் நன்றி.

சென்னை-24   **நிறைந்த அன்புடன்**
24.10.2024   **கதிர்பாரதி**

அம்மாவை மனைப்பாம்பு பார்த்துக்கொண்டிருந்தது

60

அம்மா வாழ்க்கையே
ஓர் ஒளியாங்கண்டு விளையாட்டுத்தான்.
கண்களைப் பொத்தி
துவரங்காட்டிலும் கடலைக் கொல்லையிலும்
அவள் பால்யத்தை ஒளித்துவைத்தார் தாத்தா.
பிறகு மாறிமாறி குடும்பமே
அவள் கண்கள் பொத்தி விளையாடியதில்
அப்பா தவறுதலாய்க் கிடைத்தார்.
பிற்பாடு
அவள் கண்கள் பொத்தும் ஏகபோகம் முழுக்க
அப்பாவுக்குக் கைமாறியது.
அவர் பொத்திப் பொத்தி ஒளித்ததில்
அக்காவை தம்பியை என்னைக் கண்டுபிடித்து
வெளிக்கொண்டுவருவதற்குள்
கண்கள் பிதுங்கிவிட்டன அம்மாவுக்கு.
அப்புறம்

தன் கண்களுக்குத் தானே ஒளிந்துவிளையாடி
எனக்கு அரசாங்க உத்தியோகத்தையும்
தம்பிக்கு வெளிநாட்டு வேலையையும்
அக்காவுக்குச் சீர்செனத்திக் கல்யாணத்தையும்
கண்டுபிடித்துக் கொடுத்தாள்.
அவளது 54—வது வயது,
சுவாசக் குழல்களைப் பொத்தி
நுரையீரலில் இரு விசில்களை ஒளித்துவைத்தது.
பனியீர இரவுகளில் எல்லாம்
அவை இசைத்துக்கொண்டே இருக்கும்
அம்மா பொத்திப் பொத்தி வாழ்ந்த வாழ்வை.
மருத்துவர் அதை ஆஸ்துமா என்றார்.
'காற்றில் வட்டவட்டமாய் வாய் பிளந்து
என் உயிரைத் தேடித் தேடி
ஒளியாங்கண்டு விளையாடுகிறேன்' என்றாள்
அம்மா.

59

நாசித் துவாரங்களில்
இரண்டு வேதிச்சொட்டுக்கள் விட்டதும்
இருபத்தைந்தே விநாடிகளில்
அடைப்புகள் நீங்கிவிட்டன.
குறுக்கும் மறுக்குமாக
நான்கைந்து தும்மல்கள்.
இலகுவாகிவிட்டது மூச்சுப் போக்குவரத்து.
'பன்னிரண்டு மணி நேரத்துக்கு
அடைப்பு வாதை உனை அணுகாது' என்ற
உத்திரவாதம் வேறு.
அம்மா உன் ஞாபகார்த்தங்கள்
இரண்டு சொட்டுக்களாக இருந்திருந்தால்
என் தூக்கம்
எவ்வளவு இலகுவாக இருந்திருக்கும்.

58

பீர்க்கம் பூ
காட்டுச் செவ்வந்திப் பூ
நாட்டுத் தக்காளிப் பூ
துவரம் பூ
எள்ளுப் பூ
நிலக்கடலைப் பூ

....
....

வரிசையின் தொடர்ச்சியாக
வேப்பம் பூ மூக்குத்தியோடு
வீட்டுக்கு வந்தவள் அம்மா என
அவளில்லாத ஒரு கோடையில்
அப்பா சொன்னார்.
இது
அடைக்கலாங்குருவிக்கும் தெரியும்.

57

தீனியாகும் எதன்மீதும்
கறையான்கள்
வாய்வைக்கத் தயங்குவதில்லை.
நாளுக்குநாள்
உடல் நரங்கிய அம்மாவுக்குள்
புற்றுவொன்று வளர்ந்தபோதுதான்
அப்பாவின் சிரிப்பை
முதன்முதலில் கறையான்கள் அரித்தன.
அவரும் செதில்செதிலாக உதிர்ந்தார்.
செல்லரித்த ஒரு வாழ்வை
புற்றுக்கறையான் வேட்டையாட
நாகம் ஒன்று
வேடிக்கை பார்த்த கதை இது.

56

ஒரு கரம்
எனக்குள் விளக்கேற்றி வைத்தாலும்
ஒளி மீறி அதீதமாய்ப் புகை கக்குகிறேன்.
ஒரு பருவம்
எனை விதைத்துவிட்டுப் போனாலும்
தலைக்குப்புற மூடிவிட்டதாக முண்டுகிறேன்.
ஒரு கணம்
விபத்திலிருந்து காத்தருளினாலும்
சிராய்ப்பைத் தொட்டுத் தொட்டு வீறிடுகிறேன்.
என் சொல் மூழ்கடிக்க
உன் சொல் தப்புவிக்க
நான் புறவாசல் நீ தலைவாசல்.
இப்படித்தான்
நான்
சிறுமையும் எளிமையுமாய் இருக்கிறேன்.
அம்மா நீயோ
என்மீதே ஞாபகமாய் இருக்கிறாய்.

55

பிள்ளையும் அம்மாவும்போல்
ஒன்றன்மீது ஒன்றாக அடுக்கப்பட்ட விதிகள்
பாதமும் பாதையும்.
உண்மையில்
பாதைதான் போய்க்கொண்டிருக்கிறது.
நீயதில் நடந்துகொண்டிருக்கிறாய்.
நீ நின்றுவிட்ட பிறகும்
பாதை போய்க்கொண்டே இருப்பது
அதனால்தான்.
பிள்ளை தூங்கிவிட்டாலும்
தாய்க்குப்
பால் ஊறிக்கொண்டுதானே இருக்கும்.

54

"வாடா மலரு.."
இரு கைகள் அகல விரித்து
அழைக்கிறாள்
ஓர் அசிரீரிக்கு நிகராக.

கூர்க்கொம்புகள் மினுங்க
கொழுப்புத் திமில் குலுங்க
ஓடிடிடி ஓடோடி வந்து
அவள் மார்ப் பள்ளத்தில்
புசுபுசுவெனப் பெருமூச்சுவிடுகிறது
அந்த ஜல்லிக்கட்டு மலர்.

காளையை மலராக்கியது
எதுவோ
கூர்க்கொம்பைக் காம்பாக்கியது
எதுவோ
மூர்க்கத்தை முத்தமாக்கியது
எதுவோ
அது வேண்டுமா?

அம்மாபோல் வெறுமனே
இரு கைகள் அகல விரிக்க வேண்டும்
நீ.

53

காய்ந்த வாழ்வைப் போலிருக்கும்
வாழைத் தோகையிலிருந்து
தன்னைக் கிழிப்பதுபோல்
நார் பிரித்தெடுத்து
புத்தம்புது மல்லிச் சரம் தொடுக்கிறாள்
பூக்கார அம்மா.
விரல்களின் சிலும்பல்களில்
பிழைப்பின் கலைமான் கொம்புகள்
உருவாகி உருவாகி விரைந்தோடுகின்றன
காற்றின் மாயவெளியில்.

52

நாற்பது நாட்கள் தவக்காலம் முடியும் முன்பு
பெரிய வெள்ளி அன்று
யேசுவைக் கசையடியாக அடித்து
தலையை முள்முடியால் கிழித்து
பாதங்களையும் கரங்களையும்
கூர் ஆணிகளால் துளைத்து
சிலுவையிலேற்றி
விலாவை ஈட்டியால் குத்தியபோது
ரத்தமும் நிணமும் பீறிடுகின்றன
பாஸ்கா நாடகத்தில்.

அப்போது
சிலுவைக்காரனைப் பார்த்து
குலுங்கிக் குலுங்கி அழுகிற அம்மாவே,
அழாதே நீ அழாதே
சிலுவையில் தொங்குபவன் உன் மகனுமல்ல
சிலுவைச் சாவும் அவனுக்குமல்ல.
இதோ உன் பின்பக்கம் அமர்ந்து
நானும் நாடகம் காண்கிறேனே
தெரியாதா உனக்கு?

சட்டென்று எனை அருகணைத்து
பதற்றம் ஆறினாள்,
சிலுவைக்காரனை முத்தமிட்டு
முப்பது வெள்ளிக்காகக் காட்டிக்கொடுத்த
இந்த யூதாஸ் இஸ்காரியோத்தின்
அம்மா.

51

மகளுக்காகக்
காத்திருக்கும் வேளை.
பள்ளி மைதானத்தில்
ஊஞ்சலாடுகிறாள்
அம்மா.

முன்னேறும்போது
சிறுமி.
பின்னேறும்போது
அம்மா.

முன்னேறி ஒருமுறை
வானம் உதைத்தவள்
மகள்/ளைக் கண்டதும்
பின்னேறி வந்து
பூமியில் நின்றுகொண்டாள்.

50

சேலை கட்டும்போதெல்லாம்
முகத்தின் தீவிரத்தை முந்தியில் இறக்கி
ஒரு வலிய சிறு முடிச்சிட்டு
அதை
இடுப்பின் உள்செருகுவாள் அம்மா.
அந்த முந்திமுடிச்சுக்கு,
பாஞ்சாலி
கொண்டையள்ளி முடிந்த
வைராக்கிய முடிச்சை
ஒப்புமை கூறலாம்.
எனில்
சக்கரவியூக அரவான் நானாக
பூரண சம்மதம்.

49

தலைச்சுமை விறகுக் கட்டோடும்
கக்கத்தில் உணவுச் சுமையோடும்
பின்னால் அம்மா நடந்துவர
மகன்கள் விளையாடி முன்போகும்
ஓர் அந்தி ஓவியம் பார்த்தேன்.
ச்சே... என்ன இது?
ஓவியத்தில்கூட
அம்மா வேலைபார்க்க வேண்டியிருக்கிறது.
அந்தி வேறு
அவளைப்போல் பற்றி எரிகிறது.

48

அம்மா
ஒரு தனிச்சொல் அல்லது கூட்டுச்சொல்.
அம்மா
ஓர் அசைச்சொல் அல்லது இடைச்சொல்.
அம்மா
ஓர் இணைப்புச் சொல் அல்லது வியப்புச் சொல்.
அம்மா
ஓர் உயிர்ச் சொல் அல்லது இயற்கைச் சொல்.
அம்மா
ஒரு மன்றாட்டுச் சொல் அல்லது மகிழ்ச்சிச் சொல்.
ஆனால்,
அம்மாவுக்கு அல்லது உண்டா?

47

அக்கா பருவமைடைந்த பிற்பாடு
அப்பாவோடு சேர்ந்து
திண்ணையில் உட்கார்வதை
அம்மா கைவிட்டாள்.
அப்பாவும் சோப்புபோட்டுக் குளிப்பதைத்
தவிர்த்துவிட்டார்.
இவையெல்லாம்
அம்மாவின் ஏற்பாட்டிலேயே நிகழ்ந்திருக்கும்.
அப்பாக்களுக்கு
அவ்வளவு இங்கிதம் கிடையாது.

46

ஒன்பதாம் வகுப்பின்
வேர்ட்ஸ்வர்த் பொயட்ரியில்
தனித்த வயலில்
கோதுமைக் கதிர்களை அறுவடை செய்யும்
பெண் சித்திரம் இருக்கும்.
'அவள்தான் டேஃபடில்ஸ் மலர்' என
ஒப்புமைகூறிய ஆசிரியர்
'யாரெல்லாம் டேஃபடில்ஸ் மலர்
பார்த்திருக்கீங்க?' என்று கேட்டார்.
நான் மௌனமாக
மஞ்சள் சேலை உடுத்தி விரதம் இருக்கும்
அம்மாவை நினைத்துக்கொண்டேன்.

45

கறவைப் பசுவுக்குப் புல்லறுக்கையில்
இடது மோதிரவிரலின் பாதி நகத்தை
அரிந்துவிட்டது கருக்கரிவாள்.
சுட்டச் சுண்ணாம்பில் நீர் குழைத்து
காயத்தில் அப்பிவிட
எரிச்சலில் ஆகாயத்துக்கும் பூமிக்குமாய்
குதித்து, புரண்டு, அழுதரற்றினேன்.
கொஞ்சம்கூட இரங்காமல்
முகம் நிறைந்து சிரித்தாள்
அம்மா.
'ஆங்கார நீலி' என்று அவளை
மனதுக்குள் வைதேன்.

44

சமயபுரத்தாள் சந்நதியில்
என்னைப் படுக்கவைத்து
தொப்புளில் மாவிளக்குப் போட்டாள் அம்மா.
அம்மன்
அதையே பார்த்துக்கொண்டிருந்தாள்.
நானும்
அவளையே பார்த்துக்கொண்டிருந்தேன்.
எங்களையே
அம்மா பார்த்துக்கொண்டிருந்தாள்.
இவற்றையெல்லாம்
பாராமல் பார்த்துக்கொண்டிந்தது யார்?

43

பிறந்த 16—ம் நாளில்
எனக்குப் பெரியம்மை வார்த்தது.
தெருவில் விழுந்த இழவுக்குக்கூட
யாரும் கொட்டடிக்கவில்லை.
கூடவே
நான் துயின்றிருந்த சுவரின்மீது
குஞ்சுத் தேள்கள்
விஷக் கொடுக்குகளோடு இழைந்தன.
குளித்து முடித்து
வீடுவீடாய் மடிப்பிச்சை ஏந்தி
அம்மையை இறக்கினாள் அம்மா.
பிறகுதான் அதிசயம் நிகழ்ந்தது...
தாய்த் தேள் பார்த்து
குஞ்சுகள் விரண்டோடி மறைந்தன.

42

பங்காளி வீட்டு எல்லைக்குள்
தலை நுழைந்துவிட்ட மாங்கன்றுக்கு
நடந்த தகராறில்
வீச்சரிவாள் கொண்டு கன்றுகளை
வெட்டி வீசிவிட்டாள் அம்மா.
அன்று நள்ளிரவு தூக்கத்தில்
'நான் கொலைகாரப் பாவியாகிட்டேன்'
எனப் புலம்பினாள்.
பிரசவித்த பசுவின் நஞ்சுக்கொடி கட்டிய
கள்ளிமரம் பார்த்து
கைத்தொழுது அழுதரற்றினாள்.

41

தாத்தா மரணித்தபோது
'எங்க அப்பன் நாடி அசைஞ்சா
இந்த நாடே அசையுமே.
எங்க அப்பன் சீவன் அசைஞ்சா
எந்த ஜில்லாவும் அசையுமே...' என
ஒப்பாரியோலமிட்ட அம்மாதான்
தாத்தாவோடு பத்து வருடங்கள்
வாய்பேச்சு இல்லாமல் இருந்தாள்.
இருந்தும்
அவர் கல்லறையில் உருகும் மெழுகாய்
எரிந்தும் நின்றாள்
கல்லறைத் திருநாளில்.
ஆமாம்
பாம்பு கடித்து
பாம்புக்கு விஷம் இல்லை.

40

அம்மாவுக்கு
எழுதப் படிக்கத் தெரியாது.
அதனால் எல்லாம் தெரியும்...
எல்லாம் என்றால்
சகலசர்வ எல்ல்ல்ல்லாமும்.
ஒருமுறை
அப்பாவை ‘ஒரு’ வீட்டிலிருந்து
தனது வீட்டுக்குக் கூட்டிவந்தாள்
யாரும் அறியாமல்.
அன்று பெய்த மழையில்
அடர்சாம்பல் மேகங்கள்
இடிகளாய் முழக்கி முழக்கி
அவள் மனதை எங்களுக்குச் சொல்லின.

39

நான்
அதிகமும் பாலகனாக இருந்தபோது
வானம் மிகவும் கீழிருந்தது...
அம்மா எனைத் தோளில் சுமந்தபோது
தலையில் இடிக்கும் அளவுக்கு.
'மானம் தலையில இடிக்குதும்மா...' என்றேன்.
வானத்தை அண்ணார்ந்து பார்த்து
'மேலே போ' என்றாள்.
அது
மேலுக்கும் மேலாகப் போய்விட்டது.
பூமி
அவள் காலுக்கும் காலாகக்
கீழிருக்கச் சம்மதித்துவிட்டது.

38

முதல் பிரசவத்துக்குப்
பிறந்தவீட்டுப் பால் சீதனமாக
புகுந்த வீடு வந்த காராம்பசு
நச்சரவம் தீண்டி இறந்தபோது,
'அம்மா... அம்மா...' என
அதைத் தடவித்தடவி அரற்றினாள்
அம்மா.
'அம்மா மாட்டுக்காக அழலைடா' என்று
ஏன் சொன்னாள் அக்கா?

37

அப்பாவோடு சண்டையிடுவாள்
நாங்கள் அமைதியாய் இருப்போம்.
அப்பத்தாவோடு சண்டையிடுவாள்
நாங்கள் அமைதியாய் இருப்போம்.
மாமாவோடு சண்டையிடுவாள்
நாங்கள் அமைதியாய் இருப்போம்.
சித்தியோடு சண்டையிடுவாள்
நாங்கள் அமைதியாய் இருப்போம்.
அமைதியோடும் சண்டையிடுவாள்
நாங்கள் அமைதியாய் இருப்போம்.
அம்மா அமைதியாகிவிட்டால்
யார்தான் அமைதியாயிருக்க முடியும்?

36

ஆனால்,
இட்ட முட்டைகள் அத்தனையும்
கூமுட்டைகளாகிவிட்டன.
கருவிலேயே அழுகிவிட்ட முடைநாற்றம் வேறு.
எடுத்து முச்சந்தியில் வீசியெறிந்து
காறி உமிழ்ந்துவிட்டு வந்தாள் அம்மா
'ச்சீ தூத்தேறி மூதேவி'.
கூமுட்டைக் கோழிக்கு அவையெல்லாம் தெரியாது.
வெண்கற்களை முட்டைகளாக்கி
அடிவயிற்றுச் சூட்டில் சிறகணைத்துக் கிடக்கிறது
மசைக் கோழி.
தலைக்கேறிய மசை வடியவேண்டி
வேலிக்கருவை முட்கிளையில்
கோழியைத் தலைக்கீழாய்த் தொங்கவிட்டாள்
பிள்ளைபெற்ற மகராசி.
கோழியின் பிளவுண்ட அன்னத்திலிருந்து
அன்னம் முடியும் தொண்டையிலிருந்து
தொண்டையாய்த் தவிதவிக்கும் அடிவயிற்றிலிருந்து
அடைகாக்கும் தாபம் வழிகிறது
சொட்டுச்சொட்டு மசையாய்.
தலைக்கீழின் அடியில் உட்கார்ந்து பார்க்கிறேன்
மசையும் என்னைப் பார்க்கிறது...
'தாயே
உன் கூமுட்டைக் குஞ்சு நான்தான்.'

35

கைநாட்டு அம்மாவுக்கு
'கையொப்பம்' மட்டும்
எழுதக் கற்றுக்கொடுத்தேன்.
அவள் எழுதுகோல்கொண்டு
தன் பெயர் எழுதும்போதெல்லாம்
நிலத்தில்
ஒரு புதுச் செடியை ஊன்றுவதாய்
அது இருக்கும்.
அந்தச்
செடியிலிருந்தே நாங்கள் பூத்தோம்.
நீர்க்கால்கள் ஓரத்து மரங்களாய்
நாங்கள்
செழித்ததும் இப்படித்தான்.

34

ஓர் ஆடிப் பெருக்கின்
புதாற்று வெள்ளம் சுழித்த மடுவில்
விரும்பி அகப்பட்டுக்கொண்டாள்
நீந்தத் தெரிந்த அம்மா.
நாங்கள் பதறி, கூடிக் கூப்பாடிட்டோம்;
வானம் அளவுக்குக் கூக்குரலிட்டோம்.
விளையாட்டைப் புரிந்துகொண்டு
சிற்றலையாக அவளை மாற்றி
கரையேற்றிவிட்டது
ஆறு.

....
....

'நீரரவம்... நீரரவம்...
என் வாழ்க்கைக்கு ஈரம்தந்த நீரரவம்' எனக்
கன்னத்தில் போட்டுக்கொண்டார்
அப்பா.

33

'மனிதனே நீ மண்ணாக இருக்கிறாய்
மண்ணுக்குத் திரும்புவாய்
மறவாதே என்றும் மறவாதே...' என
புனித வியாகுல மாதா தேவாலயத்தில்
தியானப் பாடல் பாடி
சாம்பலால்
நெற்றியில் சிலுவை தீற்றி
விபூதிபுதன் திருப்பலியில் இருந்து
வீடு திரும்பும் அம்மாவைப் பார்க்க
அழுகை அழுகையாய் வரும்.
அதை
கண்களுக்குத் தெரியாமல்
பார்த்துக்கொள்வேன்.
பிறகு
கண்களுக்கும் தெரியாமல்
அழுதுகொள்வேன்.

32

காலத்துக்கும் எட்டாத தூரத்திலிருக்கும்
கடவுள் கையில்
காற்றற்ற துவண்ட பலூனாய் நானிருந்தேன்.
அம்மாவும்
வெற்று வயிற்றினளாய் இருந்தாள்.
உடைந்திடாவண்ணம்
அவள் வயிற்றுக்குள் வைத்து
எனை ஊதினார் கடவுள்...
ஒன்றல்ல
இரண்டல்ல
ஒன்பதுக்கும் அதிகமான மாதங்கள்.
பத்தாம் மாதம் அவளுக்குள் வீசிய புயலில்
நான் உடைந்து, கிழிந்து பறந்திருப்பேன்.
அது கூடாதென்றுதான்
அவள் தன்னைக் கிழித்துக்கொண்டாள்.
....
....
எப்படிக் கதை
ரத்தமும் சதையுமாக இருக்கிறதல்லவா!?

31

கருக்கரிவாள் கருக்குபோல
செந்நெருப்பின் தளிர்நாவுபோல
செங்குளவிக் கொடுக்குபோல
அந்திவானத் தீபோல
ஆடி மாதம் அழுக்கு வாய்க்கால்போல
ஊமத்தம் பூ மணம்போல
நீர்முள்ளிச் செடி முள்போல
தந்திரமிக்க நரிபோல
ஆனால்
கண்பார்க்கப் பூத்து காணாமல் காய்ப்பதுபோல
மற்றும்
இப்போதுதான் சிரைந்த புண்போல
ஓர் அம்மா.

30

கக்கடைசியில்
ஏர்வாடி தர்க்காவில்
அம்மாவைச் சேர்த்தோம்.
சங்கிலிப் பிணைத்து அழைத்துப்போகையில்
என் தலை தடவினாள்.
அப்போது கலைந்த முடியை
எத்துணை முறை சீவியும்
ஒழுங்குபடுத்த முடியவில்லை.
தன்னுடலுக்குத் தானே தீவைத்துக்கொள்ளும்
அந்திக்கு
இந்த வேதனை புரியும்.

29

வெள்ளிக்கிழமை அன்று
அம்மா பூண்டிருப்பது
மௌனமா
விரதமா
தனிமையா எனத் தெரியாது.
அன்றைய மதிய உலை
'கொதபுதா' என்று கொதிய
நிலைத்த விழிகளோடு
அதையே வேடிக்கை பார்ப்பாள்.
நான் அந்தக் காட்சியை
வேடிக்கை பார்ப்பேன்.

28

அம்மாவின் காதோரச் சுருள்முடியிடம்
அப்பாவுக்கு இருந்த பயபக்தி
என் மீசை முறுக்கி விளையாடும்
மனைவியிடம் இல்லை.
அதாவது
சுத்தமாக இல்லை.
....
....
அய்யனாரின் வேட்டைக் காவாணியில்
அடைங்கலாங்குருவி மூக்குச் சொரிந்து
பழகிவிட்டது.

27

தனியாக
பிறந்த வீடு போகும்போது
அடி இமையில் மிருதுவாக
மை தீற்றுவாள்...
அம்மாவோடு போகும் அதிப்பெண்ணே
இத்துணை நாளாய்
அவள் இமைகளிலா இருந்தாய்
நீ?
உனைத் தொட்டெழுப்பிய விரலே
அருட்பெருஞ்சோதி.
உனைத் தொட்டுத்தீட்டிய மிருதுவே
தனிப்பெருங்கருணை.

26

எல்லாத் துயரங்களையும்
சிறுசுடராக்கி,
அகலில் ஏற்றி,
புகைதோய்ந்த மாடக்குழியில்
தன்னையே வைப்பதாக வைத்துவிட்டு
வீட்டுக்குள் போகிறாள்
அம்மா.
அவள் கடக்கவிரும்பாத இரவு
வராததுபோல் வந்துகொண்டிருக்கிறது
முன்புபோலவே.

25

புகைப்படத்தில்
அப்பாவுக்குப் பின்னால் நிற்கும் அம்மா
இக்கரையில்
இருந்து
அக்கரைக்கு
ஒற்றை ஆளாய் நீந்திக் கடந்தாள்
ஆற்றை.
சத்தியமாக அது ஆறு இல்லை
என்னவென்று சொல்லத் தெரியவில்லை.
நீரில் மிதக்கும் மணமாலை
கரையில் உடையும் ஈமக் கலயம்.
புனலோடிக் கழிந்த
ஊற்றுமணல் சொல்லும்
நீரரவம் வாழ்ந்த கதை.

24

தெருக்குழியின் நாள்பட்ட மழைநீரை
நக்கிக் குடித்தது பூனை.
'இந்தப் புலிக்கு என்னாச்சு
பூனைபோல
நக்கி நக்கிக் குடிக்குது' என்றாள்
அம்மா.
நொடியில் பூனையைப் புலியாக்கும்
'அ'வித்தை
அவளுக்குத் தெரியும்.
அன்று மட்டும்
அவள் பதியமிட்டு வளர்க்கும்
வெந்தய முளைப்பாரிக்கு
தலைத் துவட்டிவிட்டாள்.

23

மனைவிக்குக் காத்திருந்தேன்
மின்சார ரயில் நடைமேடையில்.
'ஏன்ப்பா நிக்கிற குந்து' என்றாள்
சிமெண்ட் பலகையைக் காட்டி
யாரோ ஓர் அம்மா.
என் அம்மா பக்கத்தில்
குந்திக்கொண்டேன்.
300 மைலே
உனக்கென் வந்தனம்.
எனக்கும் அம்மாவுக்கும்
இடையில்
ஒரு சிமெண்ட் பலகையாய் இருக்கிறாய்
நீ.

22

இலைகளோடு
இரண்டொரு வேப்பம் ஈக்கிகள் ஆய்ந்து
தலையில் செருகிக்கொண்டு
ஓர் உருமநேரத்தைக் கடந்தாள்
அம்மா.
அப்போது
அவள் பொன்மூக்குத்தி
வேப்பம் பூவாக மினுக்கம் காட்டியது.

21

வெறிச்சிட்டுக் கிடந்தது
கோடையுச்சி ஆகாயம்.
காற்று தள்ளிப்போக
அங்கே நீலத்தைத் தவிர பிறிதில்லை.
'நீ போ
இந்த அநாதை மேகத்தை
வீட்டுக்கு அனுப்பிட்டு வர்றேன்' என்று
சொன்னபோது
முதன்முறையாக அம்மாவைப் பார்க்க
பயமாக இருந்தது.

20

அயிரை மீன் என்றால்
அம்மாவுக்குக் கொள்ளைப் பிரியம்.
குமுளி நீரில் அவள் கால் நுழைக்க
கொலுசுபோல சூழும் அயிரைகள்.
பிறகு
என் தாவாக்கட்டை பிடித்து
செல்லம் கொஞ்சுவாள்.
முகத்தில் மொய்க்கும்
ஆசையின் அயிரைகள்.

19

ஐந்து வயது வரை
வாய்ப்பேச்சு வரவில்லை.
நாக்கில் அலகு குத்தி
அம்மனுக்குக் காவடி தூக்கினாள்
அம்மா.
அவள் குருதியில் இருந்து
பெருகியதுதான்
என் எல்லா வார்த்தைகளும்.

18

முளைப்பாரிக் கும்மியடி நேர்ச்சையில்
இரண்டு தட்டு
மூன்று தட்டு
நான்கு தட்டு எனக்
கைவளையை மேலே ஏற்றிவிட்டு
வேகம் கூட்டுவாள் அம்மா
என் குரல்வளை
நெரிபட... நெரிபட...

17

கர்ணனுக்கு
மனைவி பரிமாறாத உணவை
அப்பாவுக்குப் பரிமாறினாள் அம்மா.
நானும் தம்பியும்
அப்பா தோளில் உட்கார்ந்து உண்ட
கவசக்குண்டலங்களாக இருந்தோம்.
அம்மாவை நிரம்பப் பிடித்த
அப்பத்தா சொன்ன சித்திரம் இது.

16

நான்கு முறை அம்மாவுக்குப்
பேய் பிடித்தது.
எருக்கம்விளாரால் விளாசினார்
பேயோட்டும் பூசாரி.
வலி மீறிச் சிரித்த அம்மாவை
மிகவும் பிடித்த தருணம் அது.
வழிந்து பெருகிய கண்ணீரைத்
துடைத்துக்கொண்டேன்.
திடும் திடுமென
நெஞ்சகத்துள் அதிர்ந்தது உடுக்கை.

15

உடலுக்குள்
கனன்று குமைந்து எரியும்
ஆற்றங்கரைச் செங்கல்சூளை.
நிலைத்த விழிகளோடு பார்த்த அம்மா
வீடு வந்து சேர்ந்த பிறகு
தலைக்குத் தண்ணீர் ஊற்றுகிறாள்.
குளிரவே இல்லை
அவளது தாவரம்.
மலரவே இல்லை
அவளது பூமுகம்.

14

யாரும் புழங்காத ஒழுங்கையில்
அக்கம்பக்கம் நோட்டம்விட்டு
சுருட்டு குடிப்பாள் அம்மா.
அப்போது அவள் வெளியிடும்
மீச்சிறு மேகம் பொழிந்த கருணையில்
துளிர்கொண்ட சுள்ளி நான்.
அல்லது
அம்மாக்கள் வாழ்வில் அப்பன்களுக்கு
பெரிதாய் ஒன்றும் வேலை இல்லை.
மற்றும்
வேலையே இல்லை.

13

உச்ச வெந்நீரில்
உயிர்ச் சேவலைத் தலைக்குப்புற அமுக்கி
பிள்ளைகளுக்கு
விருந்தமுது படைக்கும் அம்மா,
மானாவாரிக் கொல்லைத் துவரை
மஞ்சள் நிறப் பூ பூத்து
காய்த்து
கனிந்து
‘நெத்து’ப் பருவம் அடைந்துவிட்டது
உன்போலவே.

12

'ஆயிரம் கண்ணிருக்கு
அடைய கூடிருக்கு
உறங்க விதியில்ல
உட்கார முடியவில்ல.
வெளியில் வெளிச்சமுண்டு
விடியல் கண்டதில்ல
கண்ணில் கானலுண்டு
வடிக்க நேரமில்ல'.
நான் கடித்த
எச்சிற்பழம்
அம்மா.

11

சற்று அன்னாந்து
பின்வழியும் கூந்தல் லாவி
கீழது மேலாக மேலது கீழாகச் சுழற்றி
கொண்டை வனைந்து
கடைசிக் கூர்நுனியை
கட்டைவிரல்கொண்டு உள்ளுக்குள்
நீ செருகும்போது
தொண்டைக்குழிக்குள் கத்தி இறங்கியதுபோல்
இருந்தது அம்மா.

10

வயலில் கால்கள் புதைய
நாற்றுநடும் அம்மாவைப் பார்த்திருக்கிறேன்...
தன்னைப் பிய்த்துப் பிய்த்து
சேற்றில் ஊன்றுவாள்.
பின்னொரு பருவத்தில்
அவள் உடலை அறுவடைசெய்து
பசியாறுவோம்.
அவள்
ஒரு விளைந்த கதிர் அசைவதுபோல்
தலைக்குனிந்து வருவாள்
அந்தியில் இருந்து.

9

சினைப்பசுவின் அடிவயிற்றை நீவி நீவி
உண்ணிப் பூச்சிகளைத் தறித்துப்போடும்
அம்மாவின் கைகளில் ஒன்று
என்னோடு இருந்திருந்தால்,
அதன் சுண்டுவிரலை இறுகப் பற்றி
திரும்பிப் பார்த்து
புருவங்கள் நெரித்து
'என்ன?' என்று வாழ்க்கையை
ஒரு கேள்வி கேட்டிருப்பேன்.

8

பால்குடி மறக்க
கற்றாழைச் சாற்றைக் காம்பில் இழுவி
முலை ஈந்த அம்மா,
வாழ்வின் முதற்கசப்பையும்
உன் உடலில் இருந்தே
அருந்தப்பெற்றேன் என்பதையாவது
சொல்லிவிடுகிறேன்.
வயதேறிய உன் சுவையாக
பால் சங்கோடு சேர்ந்து
வீட்டு நிலைப்படி மேல் தொங்குகிறது
காய்ந்த கற்றாழைக் கொத்து.

7

அந்தியில் இருந்து இறங்கி
ஒத்தையடிப் பாதையில்
அம்மா வந்துகொண்டிருந்த ஒரு சித்திரம்
மனதில் இருக்கிறது.
அந்நேரம் அவள் நேர்வகிட்டில்
நானும் ஒரு பேனாக
இறங்கி வந்துகொண்டிருந்தேன்.
ஆனால்
இன்னும் இறங்க முடியவில்லை.

6

*அம்மாவின் வெளிர்நீலச் சேலையை
ஒருமுறை
சொப்பனத்தில் கண்டேன்.
நதிபோல் அது நெளிந்துகொண்டிருந்தது.
மீன்குஞ்சுபோல்
நானதில் நீந்திக்கொண்டிருந்தேன்.
வாழ்வு முழுக்க
அவள் சேலை
பாய்ந்தோடிக்கொண்டே இருக்கும்.*

5

'மங்கும்போது மா பெருகும்
பொங்கும்போது புளி பெருகும்' என
நீ பேசிக்கொண்டிருந்தபோது
நம் வீட்டு மனைப்பாம்பு
உனையே பார்த்துக்கொண்டிருந்ததை
நான் பார்த்தேன் அம்மா.

4

சாயுங்காலக் கோடை .
திருகையில் இட்டு
அந்தி உளுந்து உடைக்கையில்
உன் அம்மா வந்தாள் அம்மா.
அப்போது அவளைக்
கட்டிக்கொண்டு அழுதாயே,
அந்தத் திருகைமீது
என் மகள் அமர்ந்திருக்கிறாள்
அவள் மூக்குத்தி மினுங்குகிறது.

3

நெடுநாள் கழித்து
வீடு திரும்பும் மூத்தமகன்
குறுக்குவிட்டம் பார்த்து
'அம்மா' என மறுகுகிறான்.
கண்கள் கண்ணீரில் பளபளக்கின்றன.
சுருக்கில் இருந்து
கழுத்தைத் தளர்த்திக்கொண்டு
கீழிறங்கிவந்த அவள்,
மூக்கை உறிஞ்சியபடி
'வாப்பா இப்பதான் வந்தியா
இரு சோறு போடுறேன்' என்கிறாள்.

2

சாரையும் நாகமும் பிணையல் போடும்
வைக்கோல் போர்த் தோட்ட
சீமைக்கருவேல மரத்தடியில்
அழுதபடி
ஓரிரவு முழுக்க
தனித்துப் படுத்திருந்தாயே
ஏன் அம்மா?
நீயும் பார்த்தாய்தானே நிலவே...

1

சிறுவயதில் மண்டை உடைந்து
கதறியபடி
வீட்டுக்கு ஓடிவரும்போது
'அய்யோ எம்புள்ளக்கி
சேசுநாதர் சாமிக்கி ஊத்தன்ன
ரத்தம் ஊத்துதே' எனப் பதறி
மாராப்பால் காயம் பொத்தினாள்
அம்மா.
எந்நேரத்திலும் பிள்ளைகளைக்
கடவுளாக்க முடிகிறது அம்மாவால்.
கடவுளுக்குத்தான்
இங்கிதமில்லாமல் மண்டை உடைந்துவிடுகிறது.

மொழி போர்த்தியிருந்த அலங்காரங்களைக் கலைத்து...

கரிகாலன்

நாம் அருந்திய முலைப்பாலின் கவுச்சியை சொற்களாகக் கொண்டவை கதிர்பாரதியின் இக்கவிதைகள். அம்மாவோடு 'ள்' சேர்த்தால் அம்மாள். அதுவே பின் அம்பாள் ஆனது. பேயுருவில் நெருங்கிய காரைக்காலம்மையாரை, ஈசன் 'அம்மை' என்றான்.

கதிர்பாரதி காட்டும் அம்மா, அவருடைய அம்மா மட்டும் அல்லர். தமிழ்ப் பிள்ளைகளின் தாய் அடையாளம் அவர். ஈன்ற மகவைக் காக்க, தெய்வமாக மட்டுமல்ல, பேயாகவும் மாறும் அம்மா அவர்.

தாயைப் போற்றும் நெடிய மரபைக் கொண்டது தமிழ். அக இலக்கியங்கள் 'அன்னாய் வாழி' எனத் தாயைப் போற்றின. 'தாயிற் சிறந்த கோயிலும் இல்லை' என்றாள் ஔவை. 'மாதாவை ஒரு நாளும் மறக்க வேண்டாம்' என்றது உலகநீதி. ஈன்றாளை முதன்மைப்படுத்தி அறம் பழக்கினார் வள்ளுவர்.

உலக அளவில் சில்வியா பிளாத், பிலிப் லார்க்கின், ரூட்யார்ட் கிப்ளிங், எட்கர் ஆலன் போ, கிறிஸ்டினா ரோசெட்டி என எத்தனையோ கவிகள் அன்னையைப் பாடியிருக்கிறார்கள்.

ஆனாலும், கதிர்பாரதி காட்டும் அம்மா சற்று வேறுபட்டவர். இதுவரை அம்மா மீது மொழி போர்த்தியிருந்த, அலங்காரங்கள் அனைத்தையும் கலைத்து, ஓர் அசல் கிராமத்து அம்மாவை தன் கவிதைவழி காட்டுகிறார் கதிர்பாரதி.

அறியாமையோடும் வெகுளித்தனத்தோடும் குழந்தையே உலகென, உலகை மற்றமையென நினைக்கிறவர் கதிர்பாரதியின் அம்மா.

வாசிக்கிறவர்கள் கண்ணீர் பட்டு கரைந்துபோகவும், பின் இதயத்தில் நீங்காத வலியாகத் தேங்கிவிடவுமான சொற்கள் கொண்டு இக்கவிதைகளை எழுதியிருக்கிறார் கதிர்பாரதி.

அம்மாவை எழுதி, எழுதி இவர் விரல்கள் தாய்ப்பால் சுரக்கத் தொடங்கிவிட்டனவோ? என எண்ண வைக்கிற ஈரக் கவிதைகள் இவை. கதிர்பாரதிக்கு ஓர் அம்மாதான். இந்தக் கவிதைகளால் இவர் பிள்ளைகட்கு இரண்டு அம்மாக்கள் கிடைத்திருக்கிறார்கள்.

இத்தொகுப்பைப் படித்து முடித்தபிறகு, ஒரு பெரிய கருப்பையாகத் தோன்றுகிறது நாம் வாழும் உலகம்.